ஐந்து+முன்று =9

மேலாண்மைக் கவிதைகள்

ஆ. கிருட்டினன்

Contents

Book Review

5 + 3 = 9 by Mr. A. Krishnan

5 + 3 = 9 by Mr. A. Krishnan is one of those rare books that surprises you with its simplicity while leaving a lasting impact. It's a collection of Tamil poems, but what makes it truly special is how these poems are used to explore modern management topics. From conflict resolution and time management to problem-solving and risk-taking, the book creatively connandects the art of poetry with practical life lessons and management lessons.

What stands out is the way the author has made such a serious subject so approachable. Management books can often feel dense or overly technical, but here, the poetic touch makes the concepts easy to understand even enjoyable. Each poem carries a deeper meaning, yet it's written in a way that anyone can relate to—whether you're a student, a professional, or someone just looking for personal growth.

The title itself, 5 + 3 = 9, feels symbolic and stress that synergy value reminding us that perspectives matter and outcomes can sometimes surprise us. The book reflects this idea throughout, challenging us to think beyond the obvious and approach challenges with a creative mindset.

What I really appreciated was how the poems gently encourage reflection. They don't preach or give rigid advice. Instead, they nudge you to think about how you handle situations, make decisions, and manage your time. It feels more like having a conversation with someone wise and thoughtful than reading a typical self-help book.

Overall, 5 + 3 = 9 is a delightful and meaningful read. It combines the richness of Tamil literature with insights that are relevant to our daily lives. I'd recommend it to anyone who enjoys poetry or is curious about seeing management from a different, more artistic perspective. I personally enjoyed the content and Tamil lyrics on management concepts Mr. A. Krishnan has truly created something unique and valuable here.

Dr. J. Kirubakaran. M.B.A., Ph.D, UGC-NET, SLET.,

Assistant Professor,

Department of Management Studies.,

National Institute of Technology Tiruchirappalli - 620015.

அணிந்துரை

Professor and director

School of Management studies

Tamil Nadu open university

"5+3 =9" எனும் இந்த நூல்உரை நடையில் இல்லாமல் கவிதை நடையில் இருப்பதே ஒருமகத்தான பயணத்தை அடையாளப்படுத்துகிறது, வெற்றியின் இரகசியங்களை விளக்குகிறது. இதற்கான அடிப்படையான கருத்து என்பது சாதனை அடைவதற்கான பல்வேறுநிலைகளை எளியமொழியில் விளக்குவது. ஒவ்வொரு மனிதரின் வாழ்நாளில் அவர்சந்திக்கும் பிரச்சனைகள், சவால்கள், மற்றும் விருதுகள், வெற்றிக்கான பாதையில் அவரை வழி நடத்தும் கல்வியாக மாறுகிறது.

அனைவரையும் ஈர்க்கும் ஆழமான சிந்தனைகள், நம் எண்ணங்களின் பரந்த உலகிற்கு கதவுகளைத் திறந்துவிடுகின்றன. அந்தத் தனிச்சிறப்புடைய படைப்புகள், உணர்வுகளின் நுட்பங்களை நம் உள்ளத்தில் தீட்டுகின்றன. இதுவே சான்றாக, இப்புத்தகம் வாசிப்போரின் மனதினை பசுமைபோல் புத்துணர்வூட்டும் ஓர் ஊக்கம் தரும் கடவுளின் ஆசியோடு பிறந்துள்ளது.

கவிதைகளின் மயக்கம், சொல்லாடலின் இனிமை, அனுபவங்களின் நுணுக்கம், மாறிவரும் காலத்தின் ஓட்டத்தில் நம் மனதை புதிய கண்ணோட்டங்களில் செலுத்துகின்றன. எழுத்தாளர் தனது வாழ்வின் அனுபவங்களை, சமூகம், இயற்கை, மனிதநேயம் ஆகியவற்றுடன் நெருக்கமாக பொருத்தி, ஒவ்வொரு பக்கத்திலும் நம்மை உளரீதியான பிணைப்புக்குள் இழுத்துச் செல்கிறார்.அதேநேரத்தில், இவ்வுயர்ந்த படைப்பு, மனதைச்சுமந்தாலும் மனச்சுமையைப் பகிர்ந்தாலும், படிப்போரின் உள் உணர்வுகளை விரிவாக்கும் ஒரு மௌன உரையாடலாகவும் பரிணமிக்கிறது.

இவ்வாறு, இந்த நூல் சுய ஆழத்தின் ஒளியில் நம் உள்ளங்களை நெருங்கித்தொட, கற்பனையின் ஒளிவிளக்கினை ஏந்திநிற்கிறது.

இந்தநூல், வாசகர்கள் தங்களின் உள்வாழ்வைப் புரிந்துகொள்ளும் ஒரு பாதையை உருவாக்குகிறது. இதில், வெற்றியையும் தோல்வியையும் சரியான மனப்பாங்குடன் எதிர்கொண்டு, வாழ்க்கையில் முன்னேறுவதற்கான வழிமுறைகளை

தெளிவாகக்கூறுகிறது. அதேசமயம், மனநலத்தை மேம்படுத்தவும், எதிர் மறைசிந்தனைகளை நீக்கவும் வழிகாட்டுகிறது.

திரு.கிருஷ்ணன், இந்தநூலை எழுதியதன் மூலம், மனிதர்கள் தங்களின் மன அழுத்தங்களை குறைத்து, மன ஆற்றலை அதிகரிக்க உதவும் ஒரு சக்திவாய்ந்த கருவியை வழங்கியுள்ளார். அதனை தன்னம்பிக்கையுடன் பயன்படுத்தி, தங்கள் வாழ்வில் மாற்றத்தை உருவாக்கவும் உங்களுக்கு இந்நூல் துணையாக இருக்கும்.

இந்த நூல் இளைய சமுதாயத்துக்கு வாழ்வில் புதிதான திசையை காட்டும் என்பது திண்ணம். மிகுந்தநேசத்துடன், வாழ்த்துக்கள்

முனைவர். சுப்ரமனியன் சந்தானம்

Book Review

It gives me great pleasure and privilege to review the book entitled "5+3=9" by A. Krishnan. I have known Mr. Krishnan for more than 50 years from our college days when he excelled with his poetic skills and extraordinary ability to communicate complex subjects in a very simplistic style that is easy to follow and understand for anyone.

I truly enjoyed reading "5+3=9" and was fascinated by the manner in which the author takes complicated subjects in management and leadership and puts them in easy-to-understand poetic form to follow and comprehend. When there are hundreds of management and leadership books published every year, this one stands out from the rest due to its simplicity and though provoking poetic format.

I was very impressed with the organizational structure of the book that is divided into 20 distinct chapters that flow logically from one topic to the next. Many of the management and leadership concepts expressed in poetic form in this book, reminds the reader of the classical Thirukural by Thiruvalluvar and Bhagavad Gita by Sage Vyasa.

I have served in several leadership roles in US academia most recently as Dean of two colleges in California, US. When I read this masterpiece, I immediately thought of it as a textbook for a 20-week semester-long management course, focusing on one chapter each week. Although the poetry is written in a short and easy to read format, each poem has deep meaning and can be expanded and discussed at length by students. I would like to see an English translation of the book that can be used by business schools in India and around the world.

Each of the poem in this book will resonate with the reader and make them think for a long time and dwell into the deeper meaning. The one that resonated with me was the first couplet lines on page 111 explaining what differentiates a leader from a manager. "Manager does things right whereas a leader does the right thing". In today's global economy you need to have qualities of a manager as well as leader and use it at the tight time. This book provides the reader with the tools to do things right as well as to do the right things.

Congratulations to Mr. Krishnan for producing this masterpiece and sharing it for others to enjoy and benefit from.

Best wishes

Dr. Ganesan Srinivasan, Ph.D., MBA

Dean Emeritus,

Sant Rosa Junior College, and Madera College, California,

USA

Foreword

I have had the privilege of knowing Mr. Krishnan for nearly four years, a connection built purely on the foundation of his poetic brilliance. It may come as a surprise to some that we have never met in person, as we live in different places. Yet, over these years, we have engaged in meaningful conversations on various subjects, mostly over the phone. I remain captivated by his vast experience, the depth of his knowledge, and his unique ability to present any topic with clarity and elegance.

In the first part of his book, 5+3=9, Mr. Krishnan's thoughts, ideas, and suggestions were articulated in an extraordinary manner. His poetic prowess, even as a non-Tamil speaker, compelled me to delve into his work and appreciate the genius within. My three-year stay in Chennai, during which I learned Tamil, allowed me to recognize the distinct beauty of his poetry. I have no doubt that his book has made a meaningful impact on many readers' lives.

It gives me great pleasure to note that Mr. Krishnan is now releasing the second part of his book. Once again, he masterfully weaves management lessons from his wealth of experience into his clear and engaging poetry. I wish him all the best in this endeavor and consider it a gift to draw inspiration from his vast knowledge.

With warm regards,
N.D.S.V. Nageswara Rao
General Manager (IT)
State Bank of India
Navi Mumbai

1

ஊக்கம் உடைமை
(Motivation)

குறி முடிக்க செயல்பாட்டை முடுக்கும்
விரும்பி அரும்பிய ஆவல்
ஊக்கத்தின் ஒரு வரையறை

உள்ளத்தில் கொட்டும்
உற்சாக அருவி
பள்ளத்தில் இருந்து மேடு ஏற
பயன்படும் கருவி

மனதின் உத்வேகம்
மகிழ்ச்சிப் பிரவாகம்
சாதனை முடிக்கும் நெருப்பு
சாதிக்க அதுவே பொறுப்பு

பணி முடியும் வரை அணையாது
பணி முடிக்க அதற்கு இணையேது
செயல் செய்ய அனைவருக்கும் நோக்கம்
செயல் முடிக்கும் முனைப்பே ஊக்கம்

ஊக்கம் உடும்புப் பிடி அதன்
தாக்கம் வெற்றிக் கொடி

உணவு உடை உறையுள்
ஊக்கம் முதல் நிலையில்

வேலை வருவாய் பாதுகாப்பு
ஊக்கத்தை அடுத்த நிலை சேர்ப்பு

உறவு நட்பு சுற்றம் அடையாளம்
மூன்றாம் படி நிலையாகும்

சமூக அங்கீகார விழைவு
ஊக்கத்தின் நான்காம் நிலை நுழைவு

பிடித்தவை செய்வது
படி நிலை ஐந்தாவது

இது மாசுலோ கோட்பாடு
பலருக்கு இல்லை உடன்பாடு
பிடித்தவை செய்வோர் முனைப்புக் கொண்டு
முதற் படியாகக் கொள்பவர் உண்டு

பணி உயர்வு அங்கீகாரம்
பணம் வெகுமதி
மனம் மகிழும் ஊக்கக் காரணிகள்

ஒரு கட்டத்தில்
இவை திகட்டும்
பிடித்தவை செய்வதில்
நாட்டம் காட்டும்
அறிவு என்பதே ஊக்கம் உடைமை
சிறிதும் இல்லாதார் மரங்களே

வெறுக்கை என்பது
ஊக்கத்தின் மேளம்
வெறுங்கை முழம்
சோம்பலின் ஓலம்

உரமொருவற்கு உள்ள வெறுக்கைஅஃ தில்லார்
மரம்மக்க ளாதலே வேறு.

ஊக்கத்தின் அளவு உயர்ச்சி கிட்டும்
வெள்ளத்து அனையது மலர் நீட்டம்

முடியும் என்பது மூலதனம்
முடியமா என்பது பலவீனம்
முடியும் விடியும் படியும் ஒரு
நொடியும் தளரவில்லா சிந்தனை ஊக்கம்
முடிவில் வழி கேட்டு வரும் ஆக்கம்

அதர் என்பது வழி
அசை என்பது சோம்பல்

ஆக்கம் அதர்வினாய்ச் செல்லும் அசைவிலா
ஊக்கம் உடையான் உழை

ஓடும் எண்ணத்தில்
பெரிதாக நினை அது
கூடா விட்டாலும்
கூடியதற்கு இணை

தோல்வி இல்லை
என்பதே உண்மை
எட்டும் வெற்றி
இல்லை
கிட்டும் பாடம்
இரண்டுமே நன்மை

உள்ளுவது எல்லாம் உயர்வுள்ளல் மற்றது
தள்ளினும் தள்ளாமை நீர்த்து

புதை அம்பு பட்ட யானை
பதைக்காமல் பெருமை காட்டும்
சிதைவு வந்தாலும் ஊக்கம் உடையார்
இதயம் கலங்காது பெருமை நாட்டுவர்

சிதைவிடத்து ஒல்கார் உரவோர் புதையம்பிற்
பட்டுப்பா டூன்றுங் களிறு

2
முயற்சி

முயற்சி என்பது நெம்புகோல்
முயன்றவர் பிடிப்பார் செங்கோல்
ஊக்கத்தைத் திரட்டும்
உலகைப் புரட்டும்

உழைப்பு முயற்சி
இரட்டைக் கிளவி
இரண்டும் இணைந்தே
வரும் உலவி

வியர்வை

உழைப்புத் தெய்வத்திற்கு
உடம்பின் திருமுழுக்கு
நீரில் எரியும்
முயற்சி விளக்கு

சோம்பலில் சாம்பல் ஆகாதவர்
சுழலும் பூகோளத்தில் இல்லை
முயன்றவர் சரிந்ததாக
சரித்திரம் இல்லை

தடைகள் இடை வரும்பொழுது
படைகளின் திசை மாற்றுவது முயற்சி
அடைய முடியாது என்று
இலக்கை மாற்றுவது தளர்ச்சி
திசையை மாற்று
இலக்கை மாற்றாதே

வாய்ப்பு என்பது
கடின உழைப்பின் மாறுவேடம்
காண முடியாத மக்களுக்குத்
தோல்வியே பாடம்

உறுதியான பாறைக்கும்
நீருக்கும் போராட்டம்
இறுதியில் வெற்றி காண்பது
எளிய நீரோட்டம்
விடாது நீர் பாயும்
காலப் போக்கில்
கற்பாறை தேயும்

வெற்றி
வலிமைக்கு அல்ல
அலை அலையான
தொடர் முயற்சிக்கு

கிட்டாது என்று தளராமை வேண்டும்
எட்டும் வல்லமை முயற்சியில் தோன்றும்

அரிய செயல் கண்டு
அசாவாமை என்பது தளராமை
ஆற்றல் என்னும் பெருமை
தரும் முயற்சி

அருமை உடைத்தென்று அசாவாமை வேண்டும்
பெருமை முயற்சி தரும்

கரங் குவித்து கேட்ட வரம்
கருணைத் தெய்வம்
சில சமயம் தரும்

கேட்டது அனைத்தும் கிடைப்பதில்லை
கேட்பதும் நின்றபாடில்லை
தெய்வம் தரா விடினும்
முயற்சிக்கு உடம்பு
பட்ட பாட்டிற்குத தக்க
பலன் தவறாமல் கிட்டும்

தெய்வம்
சில சமயம்
செவி மடுக்கும்
பல சமயம் மறுக்கும்

முயற்சி
எப்போதும் கொடுக்கும்

வேண்டுதல் தோற்கலாம் -முயற்சியின்
தூண்டுதலில் தக்க
பலன் பார்க்கலாம்

தெய்வத்தான் ஆகா தெனினும் முயற்சிதன்
மெய்வருத்தக் கூலி தரும்

ஒவ்வொரு காலக் கட்டத்தில்
உணர்ந்து எடுக்க வேண்டிய
கடின முடிவு
விலகிச் செல்வதா
கடின முயற்சியா

முயல் ஆமையை வெல்லும்
முயலும் ஆமையும் வெல்லும்
முயலாமை வெல்லாது
சரித்திரம் சொல்லும்

உப்பக்கம் என்பது புறமுதுகு
உளுற்று என்பது முயற்சி

சுற்றும் விதி எனும் ஊழ்
சற்றும் தளரா முயற்சி முன் பாழ்
விதி புறமுதுகு காட்டும்
அதி முயற்சி கொடி நாட்டும்

ஊழையும் உப்பக்கம் காண்பர் உலைவின்றித்
தாழாது உளுற்று பவர்.

முடியும் என்றால் முயற்சி செய்
முடியாது என்றால் பயிற்சி செய்

வெற்றி பழைய முயற்சியை
சுற்றி அமையும்
தவறுகள் புதிய
முயற்சிகளில் முடியும்

3

உழைப்பு

நம்பிக்கையை உள் இழு
சந்தேகத்தை வெளி விடு

கடின உழைப்பு
கடவுளுக்கும் வேலை குறைப்பு
உழைப்பே தலைப்பு
உணர்ந்தவர்களுக்கு
வெற்றி அழைப்பு
உணராதவர் கண்டு
உள்ளத்தில் மலைப்பு
உழைப்பை நம்பாமல்
என்ன பிழைப்பு

அனுபவம் என்ன செய்ய
வேண்டும் என்று சொல்லும்
நம்பிக்கை அதைச் செய்யும்

நம்பிக்கை சரியாக இருக்கிறோம்
என்பதில் வருவதில்லை
தவறான ஆனாலும் பயப்பட மாட்டேன்
என்பதில் வருகிறது

வியர்வை தரும் உயர்வை
விதிக்கும் அளிக்கும் அயர்வை

உழைப்பின்
பின் வருவது வெற்றி
தமிழ் அகராதி வரிசை
தமிழன் உழைப்பிற்கு
தந்த சீர்வரிசை

துருப்பிடித்த பெருக்கம்
சோம்பலின் தாக்கம்
உரு மெலிந்து
உழைக்கும் ஊக்கம்
வியர்வை சேர்க்கும்
வெற்றியை ஈர்க்கும்

சோம்பேறிகள் அதிசயத்தை
எதிர் பார்க்கிறார்கள்
உழைப்பாளி அதிசயத்தை
உருவாக்குகிறார்கள்

உன்னைப் பற்றிய
உனது அங்கீகாரம்
உன் நம்பிக்கை முதலில்
உலகம் தரும் முடிவில்

அனைவரும் சமம்
சமத்துவத்தின் முகம்
முனைப்புக் காட்டும்

கடின உழைப்பாளிகள்
மேலும் சமம்
உழைப்பின் பெருமைக்குத் தகும்

கடின உழைப்புக் கைவிடுவது
 கைக்கெட்டும் தூரத்து வெற்றியை
கணிக்க தவறுவது
உழைப்பு இல்லாமல் எதுவும்
இல்லை களைகளைத் தவிர

உழைத்துப் பயிர் விளை
தானே வருவதன் பெயர் களை

உழைப்பவன் ஒரு பக்கம்
பிழைப்பவன் ஒருபக்கம்
சுரண்டல் சமூகம் வெட்கம்
உலக முழுக்க ஆதிக்கம்

சரி செய்யும் கட்டாயத்தை
சரித்திரம் போதிக்கும்

உழைப்பு வன்பொருள்
நம்பிக்கை மென் பொருள்
இணைந்தால் வெற்றிக் கணினி
ஏற்றம் விளையும் கழனி

உழைப்பவன் தோற்றதில்லை
உழைப்பு இல்லாமல் பெற்ற
வெற்றி நிலைப்பதில்லை

4
மகிழ்ச்சி

நீ நீயாக இருப்பது மகிழ்ச்சி
நீ அடுத்தவன் ஆகும் முயற்சி
உன் மகிழ்ச்சியின் வீழ்ச்சி
அலை பாயும் மனதின் சூழ்ச்சி
அதை ஒருநிலைப் படுத்துவதே
அமைதித் தியான நிகழ்ச்சி

ஆசை உள்ளத்தின் கிளர்ச்சி
அடைந்தால் மன மலர்ச்சி
அடையா விட்டால் தளர்ச்சி

ஆசையை தவிர்த்து விடு -இல்லை
ஆற்றலை வளர்த்து விடு
இடை வெளி
தள்ளி விடும் படுகுழி
இதை உணர்வதே
நிம்மதி வழி

பறக்க ஆசைப்படு
பறக்க முடிந்தால்
விழுந்தால் எழுந்து விடு

விரைந்து முடிவு எடு
மீண்டும் பறப்பதா
ஆசை துறப்பதா

மகிழ்ச்சி என்பது இயல்புநிலை
மகிழ்ச்சி இல்லை என்பது
மனதின் மாயவலை

மகிழ்ச்சியும் கவலையும்
இணையாக ஓடும் வீரர்கள்
யாருக்கு ஓய்வு கொடுப்பது
உன் மனதின் முடிவு

சுலபமாக கிடைத்தால்
மகிழ்ச்சி குறைவு
போராடிக் கிடைத்தால்
மகிழ்ச்சி மன நிறைவு

இப்பொழுது புரியும்
மகிழ்ச்சி
கிடைத்ததால் அல்ல
கிடைத்த விதத்தில்

மனதின் தந்திரம்
ஆய்ந்து பார்த்தால்
மகிழ்ச்சி மந்திரம்

பெற்றுக் கொண்டதல்ல மகிழ்ச்சி
பெற்றதைக் கொண்டாடியதே மகிழ்ச்சி

பணத்தால் அடையும் மகிழ்ச்சி
சுற்றி அழைத்துச் செல்லும்
நீண்ட பயணம்

மனதின் தெளிவு
மகிழ்ச்சி அடுத்த கணம்

எது மகிழ்ச்சி
கொள்வதா
கொடுப்பதா

கொள்வதில் மகிழ்ச்சி
மூளை சொல்லும்
கொடுப்பதில் மகிழ்ச்சி
இதயம் சொல்லும்

மூளையே வெல்லும்
முடியும் தருவாயில்
மூளையின் வெற்றி செல்லாது
காலம் சொல்லும்

கொண்டு சென்றவர் யாருமில்லை
கண்ட பின்பும் மாறவில்லை
உலகத்தின் விந்தை உணராமல்
ஓடும் ஆட்டு மந்தை

கொடுப்பது மகிழ்ச்சி - உன்
குழந்தையிடம் கற்ற பாடம்
விரிவு படுத்தினால்
விரியும் மனது மகிழ்ச்சி சூடும்

வாரிக் கொடுக்க வேண்டாம்
கீறியாவது கொடு

ஒரு மணிநேரம் மகிழ்ச்சி
உறங்கி விடு
ஒரு நாள் மகிழ்ச்சி
மீன் பிடி
ஒரு திங்கள் மகிழ்ச்சி
மணந்து கொள்
ஒரு ஆண்டு மகிழ்ச்சி
பழைய சொத்து கிடைத்தால்
வாழ்நாள் முழுக்க மகிழ்ச்சி
அடுத்தவனுக்கு உதவி செய்
சீனப் பழமொழி

5
தோல்வி கேள்வியா
விடையா

தோல்வி ஒரு நெருப்பு
உன்னைப் புடம் போடும் நெருப்பு
புடம் ஆவதும் சடம் ஆவதும்
 உன் பொறுப்பு

தோல்வி ஒரு நீர்
வாழ்வே முழுகும் வெள்ளமல்ல
புனித நீர்
உன் சக்தியை அதிகப்படுத்தும்
குடமுழுக்கு

தோல்வி ஒரு காற்று
திசை மாறும்
வேளை தோறும்

தோல்வி ஒரு மண்
களையும் வளரும்
கதிரும் மிளிரும்

தோல்வி ஒரு வெளி
வானம் என்பது உன் நினைப்பு
வேணாம் என்பது காலத்தின் தீர்ப்பு

ஆத்ம பரிசோதனை
கடவுச்சொல்

உன் பக்குவத்தை அறிய
காலம் அனுப்பிய ஒற்றன்

தப்பைச் சரி செய்து
செப்பம் ஆக்கும் உளி

காலத்தின் தீர்ப்பு
அனுபவ வார்ப்பு
சரி செய்ய வாய்ப்பு

தோல்வி கூட நல்லதாக ஆகலாம்
சரித்திரம் சொல்லும்

வெற்றி கூட வேதனை தரும்
அனுபவம் சொல்லும்

தேர்வில் தோற்றவர்
கல்லூரிகள் நடத்தும்
கல்வித் தந்தை

விழுமியம் நிறைந்தவர்
தழுவிய தோல்வி
பழுது அன்று என்று
அழுது ஊர் பேசும்

விழுமியம் குறைந்தவன
எழுதிய வெற்றி
புழுதியில் வீசும்

செல்வாக்கை இழந்தால்
 அரசியல் தோல்வி
வாக்கை இழந்தால்
வாழ்வே தோல்வி

சில தோல்வி தாடியாய் மாறும்
சில தோல்வி பாடையிலும் ஏறும்
சில தோல்வி அனுதாபம்
பல தோல்வி பரிதாபம்

தோல்வியை சந்திப்பவன் மனிதன்
தோல்வியை சிந்திப்பவன் அறிஞன்
சிந்தித்து முந்திச் செல்பவன் தலைவன்

தோல்வியில்
பாடம் படித்தால் படிக்கல்
கண்ணீர் வடித்தால் சிக்கல்

உன்
தோல்விக்கு ஊர் அழுதால் வெற்றி
நீ மட்டும் அழுதால் வெட்டி

தோல்வியில் வெற்றி
இல்லற வாழ்வில் அடி நாதம்

வெற்றியில் தோல்வி
வறட்டு பிடிவாதம்

விட்டுக் கொடுத்தால் தோல்வியே இல்லை
துட்டு கொடுத்தால் வெற்றியே அல்ல

வாலி எழுப்பிய கேள்வி
கர்ணனின் தோல்வி
இதிகாச சேதி

சான்றாண்மைக்கு உரைகல்
தோல்வி சமம் இல்லாதவர்
இடத்தும் ஏற்றுக் கொள்ளல்

கட்டளை என்பது உரைகல்
துலை என்றால் சமம்

சால்பிற்குக் கட்டளை யாதெனின் தோல்வி
துலையல்லார் கண்ணும் கொளல்

எத்தனை முறை தோற்றோம் என்பது
வெறும் புள்ளி விபரம்
அத்தனை முறையும் எழுந்தோம்
என்பதே பெருமை தரும்

தோல்வி வந்த பொழுது
ஆய்ந்தால் கேள்வி
சாய்ந்தால் விடை

6
சொல்வன்மை
(Communication)

சொல் வன்மை
சொல்ல வந்ததை
கேட்போருக்கு அப்படியே
சென்றடையும் தன்மை

அப்படி நடந்தால் உலக விந்தை
அது இல்லை என்பதே உண்மை

தகவல் இடைவெளி
தள்ளி விடும் படுகுழி

எண்ணம் ஏப்பம் அல்ல
எடுத்தவுடன் விடுவதற்கு
அண்ணாவின் பொன்மொழி
அது கூறும் தகவல் பரிமாற்ற வழி

தகவல் வெளியே கொட்டுவது
தொடர்பாடல் உள்ளே
உள்ளத்திற்கு கிட்டுவது

மொழிவழி ஒலி வழி
தகவல் சொல்வன்மை
விழி வழி முகம் உடல் மொழி
விளக்கும் தகவலும் உண்மை
இரு வழி தகவல்கள்
சரியாக புரிவதே
தொடர்பாடல் தன்மை

சொல்வன்மை வாய்மொழி
குறிப்பறிதல் உடல் மொழி
அய்யனின் பாடல்கள் இருபது
இன்றைய மேலாண்மை
இதை ஒட்டி வருவது

சமூக பின்புலம்
கல்வி
ஒழுக்கம்
செல்வம்
நேரம்
பருவம்
கேட்பவரின் திறன் அறிதல்
சொற்கள் சென்றடைய
சரியான புரிதல்

இவற்றின் மாறுபாட்டால்
கண்ணோட்டம் மாறுபடும்
கருத்துப் புரிதலில் வேறுபடும்
புரிந்து சொல்லும் சொல்லே எடுபடும்
புரியாமல் சொன்னால் இடைவெளி ஏற்படும்

திறனறிந்து சொல்லுக சொல்லை அறனும்
பொருளும் அதனினூஉங்கு இல்

கேட்பவரை கட்டிப் போடும் தன்மை
பகைவரும் விரும்பும் சொல்வன்மை

வழுவின்மை
விளையும் பயன்
விளங்குதல்
சுருக்கம்
முழுமை
இனிமை

தேர்ந்தெடுக்கும் சொல்லுக்கு இலக்கணம்
தகவல் பரிமாற்றத்திற்கு இவை இருக்கனும்

கேட்டார்ப் பிணிக்கும் தகையவாய்க் கேளாரும்
வேட்ப மொழிவதாம் சொல்

செவ்வையாக கோர்த்து
சொல்லும் இனிமைப் பேச்சு
இவ்வுலகம் விரும்பி
ஏற்கும் என்று ஆச்சு

விரைந்து தொழில்கேட்கும் ஞாலம் நிரந்தினிது
சொல்லுதல் வல்லார்ப் பெறின்

சொல்லில் சிக்கனம்
கருத்தில் சொக்கனும்
மனதைத் தைக்கனும்
வெல்லும் இலக்கணம்

பலசொல்லக் காமுறுவர் மன்றமாசுஅற்ற
சிலசொல்லல் தேற்றா தவர்

மலர்ந்தும் மணமில்லா
மலர்க்கொத்து
அறிந்தும் விரித்துரைக்க
அறியாதவர் பயனில்லா சொத்து

இண்ருழ்த்தும் நாறா மலரனையர் கற்றது
உணர விரித்துரையா தார்.

அவ்வப்போது பின்னூட்டம்
தொடர்பாடலில்
 முன்னேற்றத்தை காட்டும்

பகையும் நட்பும்
பார்வையில் தெரியும்
பார்க்கும் விதத்தில்
பல உண்மை புரியும்

கண்ணின் குறிப்பு
கருத்து தெரிவிப்பு
கண் மனத் தொலைக்காட்சியின்
நேரலை ஒளிபரப்பு

பகைமையும் கேண்மையும் கண்ணுரைக்கும் கண்ணின்
வகைமை உணர்வார்ப் பெறின்.

குறிப்பிற் குறிப்புணரா வாயின் உறுப்பினுள்
என்ன பயத்தவோ கண்.

நெஞ்சில் உள்ளதை முகம் காட்டும்
நெருங்கி வநததை பளிங்கு காட்டும்

அடுத்தது காட்டும் பளிங்குபோல் நெஞ்சம்
கடுத்தது காட்டும் முகம்.

உடல் மொழி
உணர்வது கண் வழி

கூறாமை நோக்கிக் குறிப்பறிவான் எஞ்ஞான்றும்
மாறாநீர் வையக்கு அணி.

அனுப்புநர் தகவல்
பெறுநரிடம் நடக்கும்
எதிர்பார்க்கும் விளைவு
தொடர்பாடலின் நிறைவு

சொல்லாத சொற்களுக்கு நீ முதலாளி
சொல்லிய சொற்களுக்கு நீ தொழிலாளி
சொல்லும்போது கவனத்தைக் கடைபிடி
சொன்ன சொற்கள் உனக்கு எடுபிடி
சொல்லாத சொற்களையும் கேட்பது

தொடர்பாடல் உச்சம் - மறையாத
உடல் மொழியும் இணைத்துப் பார்த்தால்
உண்மை எக்கச்சக்கம்

தொடர்பாடல் உச்சம் - மறையாத
உடல் மொழியும் இணைத்துப் பார்த்தால்
உண்மை எக்கச்சக்கம்

7
பொறுமை

பொறுமை
செயல்படாத தன்மை அன்று
செயல் படும் நேரம்
தேர்ந்து எடுக்கும் காலம்
என்பதே நன்று

விவேகமான விரைவு
வெற்றிச் சான்றிதழ் வரைவு
வெறும் வேகம்
வெற்றி குறைவு

தோண்டியவரைத் தாங்கும் நிலம்
சீண்டியவரைத் தாங்குவது
வேண்டிய குணம்

அகழ்வாரைத் தாங்கும் நிலம்போலத் தம்மை
இகழ்வார்ப் பொறுத்தல் தலை.

அவிழ்க்க நினைப்பது பொறுமை
அறுக்க நினைப்பது ஆத்திரம்
அவிழ்க்க முடிவதை அறுக்காதே
அவசரத்தில் சிந்திப் பொறுக்காதே

தாயின் பொறுமை
ஈடில்லா சேய்
காயின் பொறுமை
கனிச் சுவையில் தோய்
வாயின் பொறுமை
வலிமை மிகு மவுனம்
மாயிரு ஞால
மண்ணின் பொறுமை
மூடர்களையும் சுமக்கும்
முத்தான பெருமை

வித்தின் பொறுமை மரம்
வினையில் பொறுமை தரம்
முத்தின் பெருமை
சிப்பியின் பொறுமை தரும்

பொறுமையான கூட்டுப் புழு
அருமையான பட்டாம்பூச்சி
பொறுமையாக முயற்சி
திறமையாக எழுச்சி

அலையின் அவசரம் பின்வாங்கும்
கரையின் பொறுமை வெற்றிக்
காற்று மணம் வீசும்

கொக்கின் பொறுமை - மீன்
சிக்கிய பின் தெரியும்
அதன் அருமை

புத்திசாலி சாதிக்காததை
பொறுமைசாலி சாதிப்பான்

பொறுமை
நிகர் நிலை ஆயுதக் கிடங்கு
நினைப்பதை விட வலிமை பல மடங்கு
வெல்ல முடியாத படை
வெற்றிக்கான விடை

மிகுதி துன்பம் செய்பவரை
தகுதி என்னும் பொறுமையால் வெல்க

மிகுதியான் மிக்கவை செய்தாரைத் தாம்தம்
தகுதியான் வென்று விடல்.

"நான் மெதுவாக நடப்பவன்
ஆனால் நான் ஒருபோதும்
பின்வாங்க மாட்டேன்
சொன்னவன் ஆபிரகாம் லிங்கன்

நிறுத்தாத வரை வேகம்
முக்கியம் இல்லை
கூறும் சீன ஞானி

பதறாத காரியம் சிதறாது
பதறிய செயல் உதவாது

துறவியைப் போல் தூய்மை
பிறர் சினத்தில் உதிர்க்கும்
வசைச்சொற்கள் தாங்கும் பொறுமை
இறத்தல் என்பது அளவு கடத்தல்
இதனால் வரும் இன்னாச் சொல்

துறந்தாரின் தூய்மை உடையர் இறந்தார்வாய்
இன்னாச்சொல் நோற்கிற் பவர்.

தகர்க்க முடியாத கவசம்
தரித்தால் வெற்றி உன் வசம்
பொறுமை கடைப்பிடிப்பது திறமை
பொறுமைக் கொடி பிடிப்பது அருமை

பொறுமை வெற்றியின்
புனை பெயர்

புதிய சிறகு எடுத்துப் பறக்கும்
சில விட்டில் பூச்சி
வாழ்நாள் சில நாட்கள்
அதிக நாள் உயிர்வாழும்
உயிரினம் மெதுவான ஆமை

இருநூறு ஆண்டுகள்
என்று கணக்கு
இது எப்படி இருக்கு

8

சினம்
(Anger Management)

கதம்
சீற்றம்
சினம்
கோபத்தின் மூன்று நிலைகள்
ஆபத்தை விரிக்கும் வலைகள்

கதம்
இளஞ்சூடு ஏறும்
சில நொடிகளில் மாறும்
கட்டுக்குள் இருக்கும்
கோபம்
கண நேரத்தில்
மறைந்தால் லாபம்

சீற்றம்
வெடித்துச் சீறும்
தடித்த சொற்கள்
தாறு மாறாக
வெளியேறும்
தன் நிலையை மீறும்

சினம்
மனதில் பட்ட வடு
மறந்து சிகரம் தொடு
ஆராத கோபம்
ஆய்ந்து விலகினால்
இலாபம்
அப்படியே இருந்தால்
சோகம்

சினம்
பலத்தின் மதிப்பீடு
என்பது தவறு
பலவீனத்தின் வெளிப்பாடு
என்று உணரு

நிலத்தை அறைந்தவன்
கை பழுக்கும்
சினத்தை பலம் என நினைத்தவன்
மனது வலிக்கும்

சினத்தைப் பொருள்என்று கொண்டவன் கேடு
நிலத்துஅறைந்தான் கைபிழையா தற்று.

சினம்
மூளை எடுக்கும் முன்
வாய் எடுத்த முடிவு
நாளை எடுக்க வேண்டிய முடிவு
இன்றே எடுத்ததன் விளைவு

சினத்தைக் கொள்பவர்
துன்பத்தில் இணைந்தவர்
சினத்தைத் துறந்தவர்
தீமையை உணர்ந்தவர்

நீ விடும் சினத் தீ
உன்னையும் துணையையும் சுடும்
உன் பாதுகாப்பு கெடும்

சினமென்னும் சேர்ந்தாரைக் கொல்லி இனமென்னும்
ஏமப் புணையைச் சுடும்.

சூதில் பொன்னை இழப்பாய்
வாதில் நட்பை இழப்பாய்
மோதும் கோபத்தில்
உன்னையே இழப்பாய்

சினம்
கொண்டவனையும்
ஏற்றுக் கொண்டவனையும்
அழிக்கும் ஒரே ஆயுதம்

தன்னைத்தான் காக்கின் சினங்காக்க காவாக்கால்
தன்னையே கொல்லுஞ் சினம்

சினத்தைப்
பழகச் சொன்னவன் பாரதி

தீபத்தின் சூட்டில்
ஒளி அதிகம்
வழி தெரியும்
வெப்பம் குறைவு

நெருப்பின் சூட்டில்
வெப்பம் அதிகம்
வலி மிகும்
ஒளி குறைத்துத் தரும்

கோபம் தீபம் ஆனால் இலாபம்
கோபம் நெருப்பு ஆனால்
உறவு சாம்பலாகும்

சினத்தைப் பழகு
சிந்தித்து விலகு

பொங்கிய சோற்றில்
தங்கியது மீதி
பொங்கியது
போய்ச் சேரும் வீதி
பொங்குவதால் நன்மை
இல்லை என்பதே சேதி

நல்லது நடக்கும்
சினத்தை அடக்க
நிம்மதி கிடைக்கும்
சினத்தைக் கடக்க

சினத்தை எதிர்கொள்வது எப்படி
எதிர்வினை ஆற்றாமல்
இருப்பது முதற்படி

ஆறுவது சினம்
அவ்வை சொல் கவனம்
செலுத்தப் பட்டவுடன்
எதிர்வினை ஆற்றாமல்
சிந்திப்பது நல்ல குணம்

சினம்
கொண்டவன்
மனது காயம் உறுதி

கண்டவன்
ஏற்றால் காயம்
ஏற்காவிடில்
காயம் மாயம்

நியாயம் காண்பதும்
காயப்படுவதும்
சினத்தைக் கண்டவன்
கையிலே

சினத்தின்
உணர்வை விலக்கி புறந்தள்ளு
உண்மையை உள்ளத்தில் கொள்ளு

சினத்தைக் கையாளும் விதம்
சிரமம் பல விதம்

பத்து வரை
எண்ணுவது நன்று

எண்ணத்தில் நின்ற குறள்
மனதில் ஒலிக்கட்டும்

பேச்சில்லா மூச்சுப் பயிற்சி
பெரும் சினத்தைக்
குறைக்கும் முயற்சி

9
ஆணவம்
(Ego)

கற்ற கல்வியால்
பெற்ற செல்வத்தால்
உற்ற பதவியால்
சுற்றும் புகழால்

சற்று அயர்ந்தால்
தோற்றி விடும் செருக்கு
பற்றி விடும் அகந்தை
நெற்றி தொடும் தலைக்கனம்
சுற்றிச் சுழன்று வரும் இறுமாப்பு
அதட்டிப் பேசும் திமிர்

குழந்தை தொழிலாளர் தலைக்கனம்-சமுதாயம்
இழந்த விழுமியங்கள் எண்ணிப் பார்க்கனும்

கூடைத் தலைக்கனம் வயிற்றின் நெருப்பு
மேடைத் தலைக்கனம் உமிழும் வெறுப்பு
பாடை வரை தலைக்கனம்
யார் பொறுப்பு

மலையின் தலைக்கனம் சிகரம்
மனிதன் தலைக்கனம் துயரம்

மலையின் தலைக்கனம்பனி படரும்
மனிதன்தலைக்கனம்கவலை தொடரும்

மலையின் தலைக்கனம்நீர் வீழ்ச்சி
மனிதன் தலைக்கனம் பேர் வீழ்ச்சி

மலையின்தலைக்கனம் மேகம்
மனிதன் தலைக்கனம் சோகம்

மரத்தின் தலைக்கனம் மலரும்
மனிதன் தலைக்கனம் உளறும்

கூந்தலின் தலைக்கனம் மணக்கும்
வேந்தன் தலைக்கனம் தோல்வி சுமக்கும்

வாழையின் தலைக்கனம் குலை தொங்கும்
வாழ்வில் தலைக்கனம் தலை தொங்கும்

தென்னையின் தலைக்கனம் இளநீர்
தெளியாத மனிதன் தலைக்கனம் கண்ணீர்

மாட்டின் தலைக்கனம் கொம்பு
மனிதன்தலைக்கனம்வம்பு
சிறிய தீக்குச்சி தலைக்கனம்
எரிந்து போகிறது தினம் தினம்

இருள்
எல்லாவற்றையும் மறைக்கும்
தன்னைக் காட்டும்

ஆணவம்
அறிவை மறைக்கும்
தன்னைக் காட்டாது
தவறுக்கு அடுத்தவரைக் காட்டும்

ஆணவம்
அறிவோடு குலவும்
அன்புக்கை கண்டால் விலகும்
அறிவிடம் வேலையை காட்டும்
அன்பிடம் வாலைச் சுருட்டும்

நிகழ் கால இருப்பை மறைக்கும்
நிலவரத்தை மறுக்கும்
கடந்த கால நினைவுகளை
எதிர்கால கனவுகளை பெருக்கும்

உயிர் மெச்சும் நிரல்
அகந்தை நச்சு நிரல்
குழுமிய
விழுமியங்கள் நச்சு வருடி

செருக்கை குறைக்கஅன்பை பெருக்கு
விழுமியத்தின் முன் செருக்கை நிறுத்து

ஐந்தறிவு தலைக்கனம் இல்லை
ஆறறிவு செருக்கு எல்லையே இல்லை

செருக்கு என்னும் குற்றம்
சேராது இருக்க எப்போதும்
தன்னை வியப்பது செருக்கு
அதன் வாலை ஒட்ட நறுக்கு

வியவற்க எஞ்ஞான்றும் தன்னை நயவற்க
நன்றி பயவா வினை

அடிபட்டு ஆணவம்
அறிந்தால் மனிதன்
ஞானம் பிடி பட்டு
நீங்கினால் புனிதன்

அடிபட்டும் அகந்தை விலகாமல்
இடி படும் இவனுக்கு
பெயர் வைக்க வேண்டும்
இனிதான்

உங்கள் பெயர்
மனிதனா
புனிதனா
இனிமேல் தானா

10
விழுமியங்கள்
(Values)

இன்றைய தட்டுப்பாடு விழுமியம்
எதிர்காலம் எப்படி ஒளிமயம்

தனிமனித பொதுவாழ்வில்
விழுமியக் குறைபாடு
அலுவலகங்களில் விழுமியம்
இருக்கிறதா என்று தேடு
ஆன்மீகம் என்ற பெயரால்
ஆயிரம் கேடு
அப்படி இருந்தும்
எப்படியோ நடக்குது நாடு

இயற்கை வளங்கள் அழிப்பு
எதிர் கால நிலை மலைப்பு

விழுமியக் கையிருப்பு
உலகெங்கும் கைவிரிப்பு
ஆன்மீகம் உட்பட
அனைவருக்கும் இருக்கு பொறுப்பு

விழுமியத்தின் வரையறை

அறநூல்கள்
ஆன்றோர்
பெற்றோர்
பெரியோர் மூலம்
கற்ற பண்புகளை

ஏற்று உடைமை ஆக்கு
போற்றிப் பெருமை ஆக்கு
நடைமுறைக் கடமை யாக்கு

இந்த வரையறையில்
எத்தனை விழுமியங்கள் நமக்கு

எண்ணிக்கை மிக குறைவு என்று
இதயம் சொல்லும் கணக்கு

இருப்பதாகச் சொல்லிக் கொள்வது
ஏமாற்ற நாம் அடிக்கும் தமுக்கு

மறைத்தாலும் மனசாட்சி
சொடுக்கும் சவுக்கு

ஊரு உலகம்
பார்த்து நடக்கிறேன்
தேறும் விழுமியம்
பாராமல் கடக்கிறேன்
கூறும் பலர் உண்டு

எது விழுமியம்

இல்லறத்தான்
துறவி
வேந்தன்
குடி என்று
பல் திறந்தார்க்கும்
பகிர்ந்தார் வள்ளுவர்

அன்புடைமை
 விருந்தோம்பல்
இனியவை கூறல்
செய்நன்றி அறிதல்
நடுவுநிலைமை
அடக்கம் உடைமை
ஒழுக்கம் உடைமை
பிறன் இல் விழையாமை
 பொறுமை
பொறாமை இன்மை
பிறர் பொருளுக்கு ஆசைப்படாமை
புறங்கூறாமை
பயனில சொல்லாமை
தீவினை அச்சம்
 ஒப்புரவு அறிதல்
ஈகை
புகழ் ஈட்டல்

இவை வள்ளுவர் கூறும்
இல்லற விழுமியங்கள்

எத்தனை இருக்கு நம்மிடம்
இதயம் எப்படி நம்பிடும்

விழுமியங்கள் குறைந்தால்
பொது வாழ்வில் லஞ்சம் கொள்ளும்
மத வாழ்வில் சிறையும் செல்லும்
தனி மனித வாழ்வில்
மனசாட்சியை
கழுத்தை பிடித்து
வெளியே தள்ளும்
சமுதாயம் அனைத்து
அவலம் சொல்லும்

விழுமியம் தழுவிய வாழ்வு ஒளிமயம்
நழுவிய வாழ்வில் பயமிகும்
விழுமியத்தை வெல்ல முடியாது
மொழியும் பெருமை சொல்ல முடியாது

அசையும் அசையா சொத்து
இசைந்து கொடுக்கபெற்றோர் முனைப்பு
அனைத்து இல்லத் தலைப்புச் செய்தி

நினைக்க வில்லை விழுமியத்தை
என்பதுமலைப்பு செய்தி

அடுத்த தலைமுறைக்கு
கொடுக்க வேண்டியது
கோடிச் சொத்துஆவணம் மட்டும் அல்ல
நீடிக்கும் விழுமியம் நிறைந்த சீவனம்

அசையும் அசையா சொத்து
தனிமனிதப் பயன்பாடு
கடனில் பறிபோகும்

விழுமியச் சொத்து
சமூகப் பயன்பாடு
உனக்கும் நன்றாகும்
உலகமும் கொண்டாடும்

விழுமியம் தவறிய
மேலாண்மை - உன்னை
வீதியில் நிறுத்தும்
என்பது மேலாண உண்மை

விழுமியத்தை பெருக்காத உலகம்
விளைகிறது தினம் தினம் கலகம்

முடிப்பதற்கு முன் ஒன்று
கொடுப்பதற்கு உங்களிடம்
இருந்தால் நன்று

11
அறிவு

கல்வி கேள்வி அறிவு
குறளில் மூன்று பிரிவு
வேறுபாடு காணுதல் தெளிவு

மூன்றும் ஒன்றுபோல் தோன்றும்
ஆய்ந்தால் மனதில் ஆழமாக
அதன் வேறுபாடு ஊன்றும்

கல்வி
வரி வடிவச் செல்வம்
விழி வழி செல்லும்
உன் கண்ணோட்டத்திற்கு
ஏற்ப முன்னேற்றம் சொல்லும்

திரும்ப திரும்ப வாசிப்பு
புரிதல் தன்மை சிறப்பு

உன் புரிதல் அடித்தளம்
புரிதலின் உயர் தளம்
உலகம் உன் கைத்தலம்

கேள்வி
செவி வழிச் செல்வம்
புவியில் கல்லாத வரும்
மதி பெற வழி தரும்

சொல்பவர் நுண் மாண் நுழை புலம்
கேட்பவர் சென்றடையும் மதி நலம்

கல்வி உன் மூலம் கற்பது
கேள்வி பிறர் மூலம் கற்பது
கல்வி கேள்வி
உள்ளே செல்வது
அறிவு புரிதலோடு
வெளியே வருவது

உணர்வுக் கல்வி
உணரும் போக்கு
மெய் வாய் மூக்கு

ஐம்புலன்கள் அறியும் கருவிகள்
அறிவதும் உணர்வதும்
உயிர் என்பது
சித்தாந்த வாக்கு
விஞ்ஞானம் கொண்டு
ஐயத்தைப் போக்கு

கல்வி வரி வடிவம்
கேள்வி ஒலி வடிவம்

தியானம் ஒளி வடிவம்
மூன்றும்
அறிதலில்
உணர்தலில் முடியும்

அறிவு
ஐம்புலன்கள் அலை பாயும்
அதனால் துன்பம் தோயும்
துன்பம் வருவதைத் தவிர்த்து
நன்மை வரும் வழியில் செலுத்து

கல்வி கேள்வி மூலப் பொருள்
மூலப் பொருட்களால் விளையும்
மெய்ப் பொருள் செம் பொருள் அறிவு
நன்மையின் கண் சென்றால் அறிவு
தீமையின் கண் சென்றால் அழிவு

புத்திசாலித்தனம் அல்ல அறிவு
தரவுகள் செய்திகள் அல்ல அறிவு
நன்மை செய்யப் பயன் படுத்தினால் அறிவு
தீமை செய்தால் அறிவு முறிவு

அணு குண்டு அறிவு
அனைத்தும் அழிவு
இது அறிவில்ல இழிவு

சென்ற இடத்தால் செலவிடாது தீது ஒரீஇ
நன்றின்பால் உய்ப்ப தறிவு.

நண்பர் பகைவர்
நடு நிலையாளர்
உயர்ந்தோர் உலகத்தார்
உதிர்க்கும் வாய்ச் சொல்லில்
மெய்ப் பொருள் காண்பது அறிவு

எங்கிருந்து வருகிறது
என்பது வெறுந் தரவு
பொங்கும் மெய்ப் பொருள்
புரியும் திறவுகோலே அறிவு

எப்பொருள் யார்யார்வாய்க் கேட்பினும் அப்பொருள்
மெய்ப்பொருள் காண்பது அறிவு

தொலைக் காட்சி விவாதம்
பல முறை பண்பு பல காதம்
அடுத்தவர் சொல்வது
உள்வாங்குவது அபூர்வம்
அன்றாடம் நடக்கும் வினோதம்

அடுத்தவனை விட அதிகம்
அறிந்தது அல்ல அறிவு
அடுத்தவனைப் புரிவதே அறிவு

கடினச் செய்தியையும் எளிமை
கலந்து சொல்வது அறிவு
பிறர் சொல்லும் எளிமையிலும்
நுண்மை காண்பது அறிவு

எண் என்பது எளிமை
நுண் என்பது நுட்பம்

எண்பொருள வாகச் செலச்சொல்லித் தான்பிறர்வாய்
நுண்பொருள் காண்ப தறிவு

வரைபடக் கோடுகளால்
பிரிந்து கிடப்பது உலகம்
விரிந்த மனித நேயத்தால்
மனிதம் இணைப்பது சுலபம்

உலகத்தை தழுவிக் கொள்வது
உன்னத நுண்ணறிவு
தழுவிய நட்பை
மலர்ச்சியும் தளர்ச்சியும் இல்லது
முன்னே கொண்டு செல்வது அறிவு

உலகந் தழீஇய தொட்பம் மலர்தலுங்
கூம்பலு மில்ல தறிவு

12
இகல்
(Conflict Management)

இகல்என்பது மாறுபாடு
அனைத்து உயிர்களின்
உள்ளத்தில் உள்ள உளவியல் கூறுபாடு

இகல் என்பது
புத்தி ஆணவ கூட்டணி
ஒத்திசைவு மாற்று அணி

உள்ளத்தில் நிகழும் குற்றம்
உணரா விட்டால் நிலைமை முற்றும்
மாறுபாட்டை ஊக்கினால் துன்பம் சுற்றும்
மாறுபாட்டை மறந்தால் இன்பம் பற்றும்

புரிதல் கண்ணோட்டம் வேறுபாடு
இருக்கும் வளங்கள் தட்டுப்பாடு
உடமை ஆக்கிக் கொள்ள
ஒவ்வொருவர் நினைக்கும் நிலைப்பாடு
இவை விளைவிக்கும்
எல்லா உயிர்களிலும்
இகல்என்னும் மாறுபாடு

ஐந்து வித கோட்பாடு
மாறுபாடு கையாள ஏற்பாடு

தவிர்த்தல்

இகல் வரும்பொழுது
ஆமையை போல ஒடுங்கித் தவிர்த்த விடு
அடைய முடியா விட்டாலும்
நிம்மதிப் பெருமூச்சு விடு

இகல் எதிர் சாய்ந்து முடிவு எடு
யாரும் வெல்ல முடியாது
என்ற நிலை தொடு

இகலெதிர் சாய்ந்தொழுக வல்லாரை யாரே
மிகலூக்கும் தன்மை யவர்.

போட்டி

போட்டி போட்டு சுறா தாக்கும்
வென்று வயிற்றில் இரை சேர்க்கும்
குன்று அனைய பெரிய சுறா
வென்ற சுறா உயிர் போக்கும்

வல்லவனுக்கு வல்லவன்
வையத்தில் உண்டு
நியாயம் இல்லா
படை பலம்

நியாயத்தின் முன்
அப்பளம்

மாறுபாடு இனிது
என்பவன் வாழ்க்கை
கெட்டு அழிவான்
விரைவில் என்பது இயற்கை

இகலின் மிகலினிது என்பவன் வாழ்க்கை
தவலும் கெடலும் நணித்து

கூட்டு.

காகம் போல கரைந்து
கிடைக்கும் வளத்தை
பகிர்வது ஒரு வித கூட்டு
இகல் மறைந்ததை
கூட்டம் போட்டு காட்டு

இன்பத்துள் இன்பம் பயக்கும் இகலென்னும்
துன்பத்துள் துன்பங் கெடின்.

இணக்கம்

பாடத் தெரிந்த குயில் முட்டை
போடத் தெரிந்த இடம்
காகத்தின் கூடு
குயிலின் குரல் மட்டும் இனிது

காகத்தின் மனம் பெரிது
மாறுபாட்டை மறந்த காக்கை இணக்கம்
மனதில் கொண்டு சொல்ல வேண்டும் வணக்கம்

பகல்கருதிப் பற்றா செயினும் இகல்கருதி
இன்னாசெய் யாமை தலை.

சமரசம்

நரியின் தந்திரம் -வெற்றித்
தாரக மந்திரம்
படிந்தது சமரசம்
வடிந்தது பரவசம்
முடிந்தது மாறுபாடு
முகம் மலர்ந்த சிரிப்போடு

சமரசம் என்பது அல்ல சரி பாதி
சாதுர்யம் கொள்ளும் பெரும் பகுதி

அரசியல் கூட்டணி சமரசம்
அதிக இடம் கிடைத்தால் பரவசம்
கேட்டது கிடைத்தால்
மாறுபாடு காண்பதில்லை

இகல்காணான் ஆக்கம் வருங்கால் அதனை
மிகல்காணும் கேடு தரற்கு.

இது வள்ளுவனின் அதிகாரம்
எல்லா நாடுகளுக்கும் பொதுவாகும்
அக்கிரம இகல் தொலைந்தால்
உக்ரைனில் அமைதி உருவாகும்

மாறுபாடு பற்றி நவீன தத்துவம்
ஈராயிரம் ஆண்டுகளுக்கு முன்பு
சொன்னது குறளின் மகத்துவம்

13
இடர் மேலாண்மை
(Risk Management)

நிச்சயம் அற்ற தன்மையின் நிகழ்வு
நிகழ்ந்தால் அதன் விளைவு
இடர் என்பதின் ஒரு அளவு

இடர்
இடையில் வரும் ஊறு இடையூறு
எதிர்பார்த்து செயலாற்றல் நற்பேறு
அறிதல் மதிப்பீடு முன்னுரிமை
அமைத்தல் அதன் முக்கூறு

சட்ட இடர்
பட்ட நட்ட நிதி இடர்
நன்மதிப்பு
கெட்ட இடர்
அரசாணை
இட்ட இடர்
இயற்கை பேரிடர்
விலை வீழ்ச்சி
பாதாளம் தொட்ட இடர்
இடர் வடிவம் பல
இதில் சொல்லிய சில

அறிதல்

செயல் வகை முயற்சி
இடையூறு
முடிந்த நிலையில்
கிடைக்கும் பெரும் பயன்
ஆய்ந்து செய்வது நலன்

இடையூறு பற்றிய கணிப்பு
ஏற்படும் பாதிப்பு
இடையூறு களைந்த பின்பு
கிடைக்கும் ஆதாய மதிப்பு
ஆய்ந்து பார்ப்பது உன் பொறுப்பு
அது இடர் மேலாண்மைச் சிறப்பு

முடிவும் இடையூறும் முற்றியாங்கு எய்தும்
படுபயனும் பார்த்துச் செயல்.

மதிப்பீடு

கடந்த கால அனுபவம்
எதிர் காலக் கணிப்பு
நடந்தால் ஏற்படும் பாதிப்பு
ஏற்றால் கிடைக்கும் விலை மதிப்பு

முடிந்த அளவு கணிப்பு
முன்னேற்ற அணிவகுப்பு

இடர் சிறிது என்ற எண்ணம்
பேரிடர் உருவாகுவது திண்ணம்
அதிகம் ஏற்றிய மயில் இறகு
அளவு அதிகமானால் அச்சு முறிவு
பீலி என்பது மயிலிறகு
சாகாடுஎன்பது வண்டி

பீலிபெய் சாகாடும் அச்சிறும் அப்பண்டஞ்
சால மிகுத்துப் பெயின்

முன்னுரிமை

இருக்கும் வளம் குறைவு
இடர்களை முன்னுரிமைப் படுத்து
உடன் களையப் படுவது முதலில்
முற்றும் களைய வேண்டும் முடிவில்

தவிர்த்தல்
தணித்தல்
மாற்றல்
ஏற்றல்

நான்கும் இடர் மேலாண்மை உத்திகள்
நல் இடர் மேலாண்மைக்கு புத்தியில் கொள்

எதிர்மறை இடர் தவிர்த்துவிடு
எப்போதும் ஏற்காமல் விடை கொடு

கொம்பு நுனி இருப்பதை மறந்து
தெம்பு காட்டுதல் வம்பு ஆக முடியும்

நுனிக்கொம்பர் ஏறினார் அஃதிறந் தூக்கின்
உயிர்க்கிறுதி ஆகி விடும்.

இடர் மாற்றுதல் என்பது
துணை வலிமை
துணைக் கொள்வது

காப்பீடு செய்தல்
புற ஒப்படைப்பு போன்ற
இடர் மாற்றம் நல்லது

பயிர் காப்பீடு
ஆதார விலை
இயற்கை பேரிடர் இழப்பீடு
அரசு என்னும்
துணை வலியைச் சாரும்

துணை வலி
இன்று தலைவலி
அரசு சிந்தித்தால்
பிறக்கும் நல்வழி

வினைவலியும் தன்வலியும் மாற்றான் வலியும்
துணைவலியும் தூக்கிச் செயல்.

இடர் ஏற்றல் என்பதும்
ஒருவகை உத்தி
வருவாய் குறைந்தாலும்
செலவு மிகாமல் பார்ப்பது
நல்ல புத்தி
பெருந் தொற்று போன்ற
காலக் கட்டாயம்
வருவாய் குறைந்தாலும்
தொழில் நடத்துவதே ஆதாயம்

வயலில் நடக்கும் செயல்
இயற்கைச் சூழல்
சிலசமயம்
இயற்கையே சுழல்

இயற்கை இடர்
முடியாத தொடர்
அவ்வப்போது
நம்பிக்கைச் சுடர்

ஆகாறு அளவிட்டி தாயினுங் கேடில்லை
போகாறு அகலாக் கடை.

இடர் தணித்தல் என்பது குறைத்தல்

முற்றும் நீக்கும் வலிமை
முதிராத நிலையில்
சற்றுக் குறைத்தலும் நன்மை

ஆள் பற்றாக்குறை
நாளும் சந்திக்கும் இடர்

வீட்டில் இருந்து
நீர் பாய்ச்சும் விஞ்ஞானம்
இன்று நடைமுறை
புதிய தொழில் நுட்பம்
புகவேண்டும் இன்றைய தலைமுறை

ஒல்லும் என்பது இயல்வது

ஒல்லும்வா யெல்லாம் வினைநன்றே ஒல்லாக்கால்
செல்லும்வாய் நோக்கிச் செயல்.

தன் உயரம் அறியாமை
தற்புகழ்ச்சி அடிமை
வளர்ந்தது போல் மாயத் தோற்றம்
விரைவில் ஆகும் தரை மட்டம்

பக்கத்து நாட்டில் உணவுப் பஞ்சம்
பாடம் படிப்பது நல்ல நெஞ்சம்
அரசுக்கும் இது பொருந்தும்

அமைந்தாங் கொழுகான் அளவறியான் தன்னை
வியந்தான் விரைந்து கெடும்

14
உன்னை அறிந்தால்
(Johari Window)

பயணித்து கொண்டிரு
உன்னைச் சந்திக்கும் வரை
பிறரைச் சந்தித்ததில்
பிறக்கும் வியப்பு
உவப்பு பூரிப்பு
உன்னைச் சந்தித்தலே
உண்மையில் சிறப்பு

நீ யார் என்பது வினா
பெயர் பட்டம் பதவி
ஊர் உறவு எல்லாம் வரும்
அந்தச் சொற்கள்
பலருக்கும் பொருந்தும்

மீண்டும் கேட்டுப்பார்
உன்னை நீ சந்திக்க வில்லை
என்ற உண்மை வரும்

கேள்விக்கு பிறரிடம்
விடை இல்லை

நீ சிந்திக்கத்
தடை இல்லை

உலகின் பின்னூட்டம்
கொஞ்சம் புரியும்
மௌனத்தில் ஆழ்ந்தால்
மனதில் உண்மை விரியும்

மண்ணைச் சொல்லும் விதையின் முளை
உன்னைச் சொல்லும் பலகணி நிலை
உனக்கு எதிரில் நான்கு கதவுகள்

ஊருக்கு மறைத்த கதவு ஒன்று
ஊர் பார்த்து நீ பார்க்காத கதவு ஒன்று
ஊரும் நீயும் பார்த்த கதவு ஒன்று
யாரும் பார்க்காத கதவு ஒன்று

ஊருக்கு மறைத்த கதவு
உன் பலவீனத்தை மறைத்ததாக கனவு
உன் பலமும் கூட மறைந்திருக்கும்

ஊர் பார்த்த கதவு
உன் பலவீனத்தைப் பற்றிய உளவு
பல சமயம் உண்மையை விடத் தொலைவு
உனக்கும் தெரிந்து இருந்தால்
ஏற்படலாம் நல்ல விளைவு

ஊரும் நீயும் பார்த்த கதவு
ஓரளவிற்கு உனக்கு உதவும்

நீயும் ஊரும் பார்க்காத கதவு
ஆயும் வேளையில் அகப்படலாம்
ஆற்றலைத் தூண்டும் தரவு
அதையும் பார்த்தால் தான்
உன் ஆற்றல் நிறைவு

தெரியாத அந்தப் பகுதி
திறந்தால் சிறக்கும் உன் தகுதி

மூடிய கதவை முடிந்த அளவு திற
தெரியாத பகுதி தெரிவதற்கான
கடவுச் சொல் பின்னூட்டம்

பின்னூட்டம் என்பது வெள்ளோட்டம்
பிழையை சரி செய்தால் இல்லை தள்ளாட்டம்
பின்னூட்டம் கையாளும் கண்ணோட்டம்
பிறக்கும் வாழ்வில் முன்னேற்றம்

ஓடி வரும் பின்னூட்டத்தை பொதுமறை
பாடிய வள்ளுவனின் கண்ணோட்டத்தில் பார்

செவிகைப்பச் சொல்பொறுக்கும் பண்புடை வேந்தன்
கவிகைக்கீழ்த் தங்கும் உலகு
ஊரார் பின்னூட்டம்

தவறைச் சுட்டி
தக்க அறிவுரை
கொடுப்பார் இல்லா மன்னன்
கெடுப்பார் இல்லை என்றாலும் கெடுவர்

இடிப்பாரை இல்லாத ஏமரா மன்னன்
கெடுப்பார் இலானும் கெடும்.
சான்றோர் பின்னூட்டம்

பிடித்த வாறு சிரித்துப்
பேசுவது அன்று நட்பு
அடித்து சொல்லி தவறை
இடித்துக் காட்டுவது நட்பு

நகுதற் பொருட்டன்று நட்டல் மிகுதிக்கண்
மேற்செனறு இடித்தற் பொருட்டு
நண்பனின் பின்னூட்டம்

உன்னை பற்றிய அறிவு
ஊரார் பேரளவு
சான்றோர் ஓரளவு
நண்பன் நூறளவு

பின்னூட்டம் அனைத்தும்
 பின்னூட்ட மே
பிரித்துப் பார்க்காமல்
 ஆய்ந்தால் முன்னேற்றமே

பின்னூட்டம் பற்றிய
வள்ளுவனின் கண்ணோட்டம்
ஈராயிரம் ஆண்டுகளுக்கு முன்
என்ன மாதிரியான எண்ண ஓட்டம்

பின்னூட்டம் எல்லாம் சரியா
சொன்னவர் உள்நோக்கம் முறையா
இதற்கும் குறள் வழிகாட்டும்

எப்பொருள் யார்யார்வாய்க் கேட்பினும் அப்பொருள்
மெய்ப்பொருள் காண்பது அறிவு

15
சிக்கலும் தீர்வும்
(Problem Solving)

உடம்பில் குறைபாடு விக்கல்
மனதின் குறைபாடு சிக்கல்
விக்கல் காரணம்
விளக்கும் விஞ்ஞானம்
சிக்கல் அவிழ்க்க
முன்வரக் காணோம்

சோர்வு தரும் பிரச்சினை
பார்க்காத மனிதன் இல்லை
தீர்வு இல்லா பிரச்சினை
நேர்வதும் இல்லை

தீர்வு இல்லாத சிக்கல்
சிக்கலே இல்லை

சிக்கலும் தீர்வும்
கலந்தே இருக்கும்
தீர்வு மட்டும்
தெரிந்தால் அறிவாளி
சிக்கல் மட்டும்
தெரிந்தால் ஏமாளி

ஒவ்வொரு கல்லிலும்
பல சிலைகள் உண்டு
ஒவ்வொரு சிக்கலிலும்
பல தீர்வுகள் உண்டு

கல்லைக் கழித்து
சிலையைக் காண்பது சிற்பக்கலை
சிக்கல் கல்லை கழித்து
சிறந்த தீர்வுச் சிலை
காண்பது சிந்திப்பவர் நிலை

சில சிக்கல் சறுக்கல்
சில சிக்கல் குருக்கள்
சில சிக்கல்
சிலரின் மீசை முறுக்கல்
சில சிக்கல் உன்னைப்
புடம் போட்டு உருக்கல்

சிக்கல் வரக் காரணங்கள் இரண்டு
சிந்திக்காமல் செயல்படுவது
சிந்தித்துக் கொண்டே இருப்பது
செயல் படுதல் தவிர்ப்பது

சிக்கிக் கொள்ளும் சிக்கலுக்கு
பலசமயம் நீ தான் காரணம்
சிந்தித்து செயல்பட்டால்
முந்தித் தொங்கும் உன்
முற்றத்தில் தொங்கும்
வெற்றித் தோரணம்

பல சிக்கல் மனதால்
சில சிக்கல் மனிதனால்

சில சிக்கல் பொறுமை போதும்
தீர்வு தானாய் வந்து மோதும்

சிக்கல்
வீதிச் சமிக்ஞை சிவப்பு விளக்கு
சிறிது நேரப் பொறுமை
தெரியும் பச்சை விளக்கு

பிரச்சினை பகிர்ந்தால் ஆகும் பாதி
சரியான அணுகுமுறை விலகும் மீதி
நம்பிக்கையானவர்களிடம விவாதி
நமக்குள் வைத்திருப்பது பலரின் வியாதி

அடையாளம் காண்பது முதற்படி
கடைசி வழியும் சிந்திப்பது அடுத்த படி
செயல் படுத்துவது மூன்றாம் படி
பின் விளைவில் சரியாகப் பாடம் படி

சிக்கல் அடிநாத அடையாளம்
முக்கிய கேள்விகளின்
தக்க தீர்வுகளுக்கு அடிகோலும்

பிறந்த தீர்வுகளில்
சிறந்த தீர்வு
தேர்வது உன் தெளிவு

செயல் பாட்டின் விளைவு
தேவைப் பட்டால்
மாற்றுவது உன் அறிவு

மகிழ்ச்சி என்பது
பிரச்சினை வராமை அல்ல
வந்தால் எப்படி எதிர்கொள்ள

உனது பிரச்சினை பெரிது
என்று கடவுளிடம் சொல்லாதே
நீ நம்பும் இறை எவ்வளவு
பெரிது என்று பிரச்சினையிடம் சொல்

சிக்கல்
ஒரு சலவை எந்திரம்
திருகி முறுக்கி
அடித்துப் பிழிந்து
கடைசியில் சுத்தமாய்

பிரச்சினையும் ஒரு பாடம்
சொல்லு சத்தமாய்

சிக்கல் ஒரு எடைக்கல்
நீ தாழும் பொழுது உயரலாம்
சிக்கல் ஒரு படிக்கல்
மிதித்து உயரலாம்

சில சிக்கல் அடிக்கல்
தோண்டுவது போல் தோன்றும்
முடிவில் முன்னேற்றம் ஊன்றும்

சிக்கல் சிறு முளையில்
கிள்ளாவிட்டால் பெருக்கல்
அது சிந்தனைச் சறுக்கல்
சிந்தித்தால் அடித்து நொறுக்கல்

எல்லாச் சிக்கலும் கருக்கல்
கருக்கல் விடிந்தே தீரும்
சிக்கல் முடிந்தே போகும்

16
எந்த மனநிலையில் நீங்கள்

இரண்டு மனிதர்களின்
எண்ணப் பரிவர்த்தனை
இடையில் ஏற்படும்
இன்னல்கள் எத்தனை எத்தனை

ஒவ்வொரு
மனிதனும்

பெற்றோர்(parent)
வளர்ந்தோர (adult)
குழந்தை.   (Child)

எனற
மூன்று வித
மனநிலைக்கு
ஆட்படுவது
உளவியல் பார்வை

பார்வை சொல்லும்
பல தீர்வை

மனது
சொல்வதை கேட்பது
குழந்தை மன நிலை

புத்தி
சொல்வது மட்டும்
கேட்பது
வளர்ந்தவன்
மனநிலை

புத்தி
மனம்
இரண்டின்
கலவை
பெற்றோர்
மனநிலை

கலவையில்
புத்தி
அதிகம்
தெரிந்தால்
கண்டிப்பான பெற்றோர்
(critical parent)

கலவையில்
இதயம்
அதிகம்
தெரிந்தால்

கனிவான பெற்றோர்
(Nurturing parent)

ஆசைப்படுவது
குழந்தை மன நிலை

அன்பு செலுத்துவது
கனிவான பெற்றோர்
மனநிலை

கடமையை மட்டும் சொல்லும்
கண்டிப்பான பெற்றோர் மனநிலை

ஆசை கேட்கும்
அன்பு கொடுக்கும்

வளர்ந்தவன் மனநிலை
தரவுகளுடன் உறவு
உணர்வுகளிடம் விலகு

மூளைக்கு மட்டுமே வேலை
உணர்வுகள் தள்ளி வை
ஒரு மூலை

குழந்தை
மனநிலை
மூன்று

ஆசைப்படும் மனம்
(Natural child)

கேட்கும் அடம் பிடிக்காது
(Adaptive child)

அடம் பிடிக்காது
அணுகுமுறை
மாற்றி
வெற்றித் தேர்
வடம் பிடிக்கும்
(Little Professor)

அழுதே சாதித்தார்
ஒன்றும் தெரியாதது
போல இருந்து
நன்றாக காரியம் சாதித்தார்
என்ற கூற்றுக்கள்
நினைவு கூறுங்கள்

ஆறு மனமும்
ஆழ்மனதின் கூறு

இந்த ஆறு
மனநிலையே
இரு மனிதர்களின்
எண்ணப் பரிமாற்ற
ஆணி வேரு

இந்த ஆறில்ஒன்று
நின்று பேசும்
ஆறும்அடிக்கடிமாறும்

அடுத்தவன்
மனநிலை
ஒத்திருந்தால்
உவகை வீசும்

ஒவ்வாமை
உறவு
அடையும்
மோசம்

சிறந்த
மனநிலை
என்ற ஒன்றில்லை

உறவில்
விரிசல் வேண்டாம்
என ஒருவர்
நினைத்தாலும் இல்லை தொல்லை

அடுத்தவன் மனநிலை
புரிந்து தேவைப் பட்டால்
நம் மனநிலையை
மாற்றுவதே
அறிவின் எல்லை

கண்டிப்பான பெற்றோர்
அறிவுரை கிடைக்கும்
ஆறுதல் கிடைக்குமா

கனிவான பெற்றோர்
கருணை கிடைக்கும்
காரியம் நடக்குமா

வளர்ந்தோர மனநிலை
மூளையின் தீர்ப்பு
உணர்வுகள் புறக்கணிப்பு
மூளையின் தீர்ப்பில் ஆணவமும்
ஒளிந்து எட்டிப் பார்க்கும்

இரு மனித உறவில்
சாதிப்பது வேறு
சந்தோசம் அடைவது வேறு

சாதிப்ப தால் மட்டுமே
சந்தோசம் அடைய முடியுமா கூறு

இருப்பதாலும் மகிழ்ச்சி வரும்
இழப்பும் களிப்பு தரும்
எவரிடம் இழக்கிறோம்
என்பதைப் பொறுத்து

விட்டுக் கொடுப்பவன்
தோற்பது இல்லை

விட்டுக் கொடுப்பவன்
கெட்டுப் போவதில்லை
தட்டிப் பறிப்பவனுக்கு
வெற்றி கிட்டுவது இல்லை

மனிதனின்
உருவாக்கம் (mould)
ஐந்து வயதுகளில்
முடிவடைகிறது
நவீன
உளவியல் முடிவு

ஐந்து வயதுகளில்
தான் பார்த்த
பெற்றோர்
அருகாமையில்
இருப்போர்
கோபம்
வெறுப்பு
பயம்
வெளிப்படுத்தும்
விதமும்
சூழ்நிலையும்
சித்தத்தில்
பதிந்து விடுகிறது

மீதி நாட்களில்
வெளிப்படுத்தும்

உணர்வுகள்
சித்தப் பதிவின்
பிரதிபலிப்பே

பழைய பதிவுகளை
அழிக்க முடியாது
ஒலி நாடாவில்
மீள் பதிவு செய்வது
போல மாற்றலாம்

பழைய நினைவுகளை
நினைவு கூறும் வேளை
அதே உணர்வுகள் பொங்கிடும்
பதிந்த உணர்வுகள்
மறையாமல் அப்படியே தங்கிடும்

விழுமியங்களை பெருக்கி
பதிய ஆளுமையை
பதிவு செய்யலாம்

ஐந்தில் வளையாதது
ஐம்பதில் வளையுமா
உளவியல் பார்வை
உள்ளடக்கிய
பழமொழி மறக்கலாமா

#Eric Berne - Transaction analysis

17

மன உளைச்சல் மேலாண்மை
Stress Management

திறனின் தேவை
திறனின் இருப்பு
தேவைக்கும் இருப்பிற்கும்
இடையில் உள்ள சமனின்மை
இதுவே மன உளைச்சல்
என்பது உண்மை

மனத் திறன்
மொழித் திறன்
மெய்த் திறன்

சரியான கலவை
ஆளும் உலகை
சமன் இன்மை
சவால் நிலைமை

நீதியரசர் உழைப்பு
ஆசிரியர் உழைப்பு
உழவனின் உழைப்பு
மனம் மொழி மெய்
தேவைத் திறன் மாறுபடும்

சரியான அளவு
காரியம் கணக்கு
மீறினாலும் குறைந்தாலும்
மனத்தில் உளைச்சல் உனக்கு

திறன் குறைவால்
உளைச்சல் புரியும்
அதிகமானால் எப்படி உளைச்சல்
ஆச்சரியம் மனதில் விரியும்

தகுதிக்கு குறைவான பணி
தரும் உளைச்சல் என்னும் பிணி

மனம் மொழி மெய்யால்
செய்யும் செயல் திறன்
திறனும் உணவும்
தேவைக்கும் இருப்பிற்கும்
இடைவெளி இருந்தால் முரண்
அதனால் பாதிக்கும்
உடல் நலன்

திறனின் கலவை மாறுபாடு
விளைவிக்கும் வாத பித்த கபம்
மூன்றின் சமன் வேறுபாடு அதனால்
நோய் தோன்றும் என்பது
மருத்துவ நூலோர் கோட்பாடு

மிகினும் குறையினும் நோய்செய்யும் நூலோர்
வளிமுதலா எண்ணிய மூன்று.

மனஉளைச்சல் மருத்துவம்
திருக்குறளின் மகத்துவம்
உளவியலும் உள்ளது என்று
உலகிற்கு உணர்த்துவோம்

அணுவைத் துளைத்து ஏழ் கடலைப்புகட்டிக்
குறுகத் தரித்த குறள்
ஒளவையார் வாக்கு

திறன் சமன் இன்மை
அறிவது நன்மை
சமன் செய்ய
முயல்வது திண்மை

எதுவும் செய்ய முடியும்
என்பதும் உண்மை
எல்லாவற்றையும் செய்ய முடியாது
என்பதும் உண்மை

இல்லை முடியாது
சொல்லப் பழகு
அது தரும்
மன அழுத்தம் அற்ற உலகு

முடியாது இல்லை
எதிர் மறைச் சொற்கள் அல்ல
முடியாது பொழுது
முடியும் என்பது
நல்லதும் அல்ல

இல்லை என்று மனது
சொல்லும் பொழுது
ஆம் என்று வாய்
சொல்லுவது பழுது

சிரித்து விடு
மன உளைச்சலை
எரித்து விடு

கார்ட்டிசால் மனஉளைச்சலில் சுரக்கும்
சிரிப்பில் சுரக்கும் எண்டார்.ஃபின்
கார்ட்டிசாலைக் கரைக்கும்
மன உளைச்சலைக் குறைக்கும்

விஞ்ஞான உண்மை
விளங்கினால் நன்மை

இயற்கையோடு ஒன்றி விடு
மன உளைச்சலை வென்று விடு
உயில் எழுதாத
குயில் பாட்டு
மெய் மறந்து கேட்டு
மன உளைச்சலை ஓட்டு

கொழுப்பு ஏறாத பறவைகளை
அலுப்புத் தீரப் பார்- காற்று
எழுப்பும் ஒலியில் மனதை
உலுக்கும் இசையைக் கேள்

சக்கரை அழுத்தம் இல்லா
பக்கத்தில் திரியும் விலங்குகளை
அக்கரையுடன் கவனி

இளங்காலை புல்லின் பனித்துளி
வலம் வரும் பாதம் தொட்டு
நலம் விசாரிக்கும்
உளம் கொண்ட உளைச்சல்
பல காதம் பறக்க
பட்டென சிறகு விரிக்கும்

வழி மறித்து நல்
வாழ்த்துச் சொல்லும் பூனை
மொழி புரிந்து கொண்டால்
உளைச்சலுக்கு என்ன வேலை

18
கால மேலாண்மை

திட்டமிடல் முன்னுரிமை துல்லியமாக
சுட்டிக்காட்டும் குறிக்கோள் வெற்றியை
கெட்டி செய்யும் காலக் கெடு பருவத்தோடு
ஒட்டிய செயல்பாடு தேவைக்கேற்ப
கட்டிய அதிகாரப் பகிர்வு
பட்டியல் இட்டுச் சொல்லும் குறளின்
ஒப்பிலா கால மேலாண்மை
எட்டுத் திக்கும் வெல்லும்

திட்டமிடுதல்
சரியாகத் திட்டமிடு
சரிபாதி வெற்றி கிட்டி விடு
விரிவான திட்ட அறிக்கை தயாரிப்பு
புரிதலுடன் செய்வது சிறப்பு

பொருள்
கருவி
காலம்
வினை
இடம்
ஐந்தும்

ஐயம் தீர
எண்ணிச் செய்க

பொருள்கருவி காலம் வினையிடனொடு ஐந்தும்
இருள்தீர எண்ணிச் செயல்.

குறிக்கோள்
குறிக்கோள் நிர்ணயம்
பறிக்கும் நேரத்தை
நெறிப்படுத்த அவசியம்

குறிக்கோள் இல்லா காரியம்
குறித்த நேரத்தில் நடந்தால் அதிசயம்

எண்ணித் துணிக கருமம் துணிந்தபின்
எண்ணுவம் என்பது இழுக்கு.

முன்னுரிமை
வேலைக் கூறுகளில்
சில முன்னுரிமை
காலக் கட்டாயத்தில்
கவனிக்க வேண்டுவது அருமை

அவசரம் அவசியம்
வேறுபாடு அறிவது
நேர மேலாண்மை ரகசியம்

அவசியமானது அவசரம்
இல்லாமல் இருக்கலாம்
துள்ளிச் செய்வதும்
தள்ளிப் போடுவதும்
உள்ள காலத்தைப் பொறுத்து
அவசியமானதை அவசரமாக
செய்வதை நிறுத்து

தூங்குக தூங்கிச் செயற்பால தூங்கற்க
தூங்காது செய்யும் வினை.

செய்ய வேண்டியது
செய்யாமல் விட்டால் கெடுதி
செய்யக் கூடாததை
செய்தாலும் கெடுதல் உறுதி

செய்தக்க அல்ல செயக்கெடும் செய்தக்க
செய்யாமை யானும் கெடும்

அதிகாரப் பகிர்வு
காலத்தை கையாளும் தீர்வு
குவியும் அதிகார மையம்
புவியில் காலதாமதம் செய்யும்

முடிவு எடுக்கும் அடுக்குகளைக் குறை
விடிவு பிறக்கும் கால தாமதக் குறை

இதனை இதனால் இவன்முடிக்கும் என்றாய்ந்து
அதனை அவன்கண் விடல்.
விரைந்து வினை முடிக்க
சிறந்த செயல்திறன் பயிற்சி
பறக்கும் நேரத்தை
பக்க பலமாகக் கொள்ளும் முயற்சி

வினைக்குரிமை நாடிய பின்றை அவனை
அதற்குரிய னாகச் செயல்

காலக் கெடு

வினை முடிக்க காலக் கெடு முக்கியம்
அனைத்துச் செயல்திறனும்
ஊக்கத்தின் உச்சியில் நிற்பது சாத்தியம்

செய்வானை நாடி வினைநாடிக் காலத்தோடு
எய்த உணர்ந்து செயல்

காலம் என்பது உன்
கையில் இருப்பதாக
நினைப்பது தவறு

இயற்கையின் கையிலும்
இருப்பதை உணரு
பருவத்தோடு பொருந்தி ஒழுகப் பழகு அது
திருவினை நீங்காமல் கட்டும் கயிறு

பருவத்தோடு ஒட்ட ஒழுகல் திருவினைத்
தீராமை ஆர்க்கும் கயிறு
காலம் கனிய காத்திருக்கும் நிலையில்
கால மேலாண்மை பூத்திருக்கும்
கூம்பு ம் பருவத்தில் கொக்குப் போல்
சமயம் வாய்ந்த பொழுது
காட்டும் விரைவு அதன் குத்துப் போல்

கொக்குஒக்க கூம்பும் பருவத்து மற்றுஅதன்
குத்துஒக்க சீர்த்த இடத்து

வினை முடிக்க
வலிமை மட்டும் பத்தாது
வலிமையோடு பொழுதும் சேர்ந்தால்
வெற்றி தப்பாது

காக்கை கூகையைப் பகலில் மட்டும் வெல்லும்
பலத்தை விட பொழுது வெற்றிபெற விடை சொல்லும்

பகல்வெல்லும் கூகையைக் காக்கை இகல்வெல்லும்
வேந்தர்க்கு வேண்டும் பொழுது.

உளவியல் கலந்த கால மேலாண்மை
உலகப் பொது மறை சொல்லும் உண்மை
ஓய்வாக பின் வாங்கும் பொழுது
காய் நகர்த்தும் அழகு
தேயுது காலம் என்ற
தெளிவில் சிந்தனை பழுது

பாயப் பின் வாங்கும் ஆடு
பண்பினை சில பொழுது நாடு
ஊக்க முடையான் ஒடுக்கம் பொருதகர்
தாக்கற்குப் பேருந் தகைத்து
பொரு தகர் என்பது
தாக்கத் தயாராகும் ஆடு
பேருதல் என்பது பின் வாங்கல்

ஆழமாகச் சொல்லும் குறள் காலமேலாண்மை
காலம் கடந்து நிற்கும் என்பது மேலான உண்மை

காலம் பறக்கிறது என்பது
பலரின் வருத்தம்
விமானி நீ தான் என்பதே பொருத்தம்

காலத்தை
செலவழித்தால் விரயம்
முதலீடு செய்தால் திரவியம்
செலவா முதலீடா
செய் நிர்ணயம்

19

நான் சரி நீ சரி இல்லை
(I am ok you are not ok)

நான் சரியில்லை நீ சரி
நான் சரி நீ சரியில்லை
நானும் சரியில்லை நீயும் சரியில்லை
நானும் சரி நீயும் சரி

நான்கு வித மனநிலை
நானிலத்தோர் ஆளும் கலை
நான்கும் பின்னும் வலை
உலகெங்கும் அதிர்வலை

நான் சரியில்லை நீ சரி
தலைவர் தொண்டர்
குரு மாணாக்கர் நிலைப்பாடு
குரு தலைமை
சரி இல்லை என்றால் இடர்ப்பாடு

நானும் சரி இல்லை
நீயும் சரி இல்லை
விரக்தியின் வெளிப்பாடு
இருவருக்குமே இல்லைப் பயன்பாடு

நானும் சரி நீயும் சரி
சம நிலைஉடன்பாடு
அமைந்தால்
அருமையான ஏற்பாடு

நான் சரி நீ சரி இல்லை
சராசரி மனிதனின்முகவரி
அனைவரின் உதடுகளும்
அதிமாக உச்சரிக்கும் வரி

இந்த மனநிலையில்
பலர் எப்போதும்
சிலர் அவ்வப்போது
திருத்திக் கொண்டால் தப்பேது

நான் சரி என்ற நிலையில்
சிலமுறை வெகுமானம்
பலமுறை அவமானம்

அவமானம்
படாத மனிதன் இல்லை
சுடாத நெஞ்சம் இல்லை
சுட்ட நெஞ்சை
உந்து விசையாய் மாற்றி
தொட்ட சிகரம் பலவுண்டு

கூட்டுப் புழுவாய் மாறி
கெட்ட குடியும் உண்டு

சுட்ட அவமானச்
சுடர்
கெட்டு விடாமல்
இன்றும் இதயத்தில்
தட்டுப் படுவது உண்டு

அவமானப் பட்டால்
பாடம் படி
அவமானப் படுத்தினால்
பாடம் எடு

கற்றுத் தந்தால்
அவமானம் வெகுமானம்

காயப் படுத்தினால்
கலங்காது இருப்பது
கண்ணியவானுக்கு
சொல்லும் உவமானம்

அவமானம்
உன் முகவரிக்கு வந்த
தவறான அஞ்சல்
ஏற்றால் அவமானம்
மறுத்தால் தன்மானம்

அவமானம்
கொடுக்கப் படுவது அல்ல
ஏற்றுக் கொள்ள படுவது

என்பது ஒரு வாதம்
ஏகப்பட்ட ஐயங்கள்
நெஞ்சில் மோதும்

ஒரு கதை

கொள்கை விளக்க
பல் சீடர்கள்
புடை சூழ
புத்தரின் பயணம்

ஒரு ஊரில்
பெருமளவு
தங்க அணிகலன்
தந்து மரியாதை

அணிகலன் மறுத்து
அன்பை ஏற்று
அடுத்த ஊருக்கு பயணம்
அந்த ஊரில்

கடுமையான சொற்களால்
கவுதமனை சாடினர்
சீடர்கள் கோபம்
சித்தார்த்தன் புன்னகை
வசை பாடி உங்களை
அவமானப் படுத்தியவர் மீது
எங்களுக்கு கோபம் இது
சீடர்கள் தாபம்

சென்ற ஊரில்
ஏற்றுக் கொள்ளப்படாத
தங்க அணிகலன்
எவரிடம் உள்ளது

ஏற்றுக் கொள்ளப்படாததால்
அவர்களிடமே உள்ளது
சீடர்களின் பதில்

ஏற்றுக் கொள்ள படாத
ஏச்சும் அவமானமும்
எங்கு இருக்கும்
புத்தனின் கேள்வி

ஏற்றுக் கொள்ளாதபக்குவம்
புனிதப்புத்தன்

ஏற்றுக் கொண்டுசிக்குபவன்
மனிதப் பித்தன்

20
பணித் தலைவர் மேலாண்மை
(Managing the Boss)

சரியாகச் செய்வது மேலாண்மை
சரியானது செய்வது தலைமை
உளவியல் கலந்த மேலாண்மை
பல வழிகளில் சொல்வது
உலகப் பொது மறை மேன்மை

பணித் திறமை
பலரின் பாராட்டு
மனம் மகிழ்ச்சி உறும்
பணித் தலைவர் பாராட்டே
பதவி உயர்வு தரும்

சரி இல்லாத தலைமை
சரி செய்ய நினைப்பது மடமை
சரிந்து விடாமல் நாம்
இருப்பதே திறமை

காக்காய் பிடிப்பது அல்ல
தகுதி குறையாமல்
தாக்குப் பிடிப்பது

திறமைக்கு ஏற்ப அங்கீகாரம்
சிக்குவது இல்லை என்பது நிலவரம்
பணி மேலாண்மை நல்லது
பணித் தலைவர் மேலாண்மையும்
பல அலுவலகங்களில் உள்ளது
இரண்டு மேலாண்மையும்
சேர்ந்தால் எளிது வெல்வது

தகுதி குறைந்தவர்
தலைவராக இருப்பது நன்மை
அதனால் உனக்கு வேலை
என்பதும் உண்மை

தலைரொடு பழகும் விதம்
தலைசிறந்த மேலாண்மைத் திறம்

குளிர் காயும் நெருப்பு
விலகினால் குளிரின் சிலிர்ப்பு
அணுகினால் நெருப்பின் எரிப்பு
இடைவெளித் தூரம்
மேலாண்மைச் சாரம்

சீறிடும் ஒரு கணம்
சிரித்திடும் மறு கணம்

மாறிடும் மனநிலை
பல தலைவர் நிலை

நெருங்காது விலகாது
பழகுவதே தனிக் கலை

அகலாது அணுகாது தீக்காய்வார் போல்க
இகல்வேந்தர்ச் சேர்ந்தொழுகு வார்

தலைவர் விரும்பும் ஒன்று
நீ விரும்பாதது நன்று
அவரின் நடை உடை ஒப்பனை
ஒரு போதும் செய்யாதே கற்பனை
உளவியல் தளத்தில் ஒப்பீடு
உண்டாக்கும் உனக்கு இடர்ப்பாடு

மன்னர் விழைப விழையாமை மன்னரால்
மன்னிய ஆக்கந் தரும்

தலைவரின் ரகசியம்
தவிர்ப்பது அவசியம்

ஓட்டுக் கேட்பது
வேவு பார்ப்பது
கட்டுக்கு அடங்கா
துன்பத்தில் சேர்ப்பது

அவர் சொன்னால் மட்டும்
கேட்டுக் கொள்
அதுவரை விலகி நில்

எப்பொருளும் ஓரார் தொடரார்மற் றப்பொருளை
விட்டக்கால் கேட்க மறை.

விரும்புவதை மட்டும் சொல்லு
வேலைக்கு ஆகாததை
கேட்பினும் சொல்லாமல்
விட்டுத் தள்ளு

வேட்பன சொல்லி வினையிலா எஞ்ஞான்றும்
கேட்பினும் சொல்லா விடல்

தலைவர் எனக்கு இளையவர்
எனக்கு இன்ன முறையவர்
என்று சொல்லாது
ஒளி எனும் பதவித் தகுதி கருதி
ஒழுகினால் உயர்வு உறுதி

இளையர் இனமுறையர் என்றிகழார் நின்ற
ஒளியோடு ஒழுகப் படும்
ஆலோசனைக் கூட்டம்
தலைவரின் நோட்டம்
திக்கெட்டும் ஓட்டும்
இன்னொருவர் செவியில் கழுக்கம்
இயல்பாக ஐயத்தை உருவாக்கும்

ஒருவனை நோக்கி
சங்கேத சிரிப்பு
தலைவர் மனதில் வெறுப்பு
இரண்டும் தவிர்த்தல் சிறப்பு
இருந்தால் விளையும் கசப்பு

செவிச்சொல்லும் சேர்ந்த நகையும் அவித்தொழுகல்
ஆன்ற பெரியா ரகத்து

இரண்டாயிரம் ஆண்டுகளுக்கு
முன்னரே
என்ன ஒரு நுட்பம்
வருங்காலமும்
வள்ளுவம் ஒப்பும்